Samad in the Forest
Samad mu Kibira

SAMAD IN THE FOREST
SAMAD MU KIBIRA

Author/aka Mohammed Umar

ENGLISH-LUGANDA BILINGUAL EDITION

Illustrated by/Akanyonnyolwa
Soukaina Lalla Greene

Translated by/K'akyusibwa Nabadda Betty

Salaam Publishing
London

First published in Great Britain 2015
Salaam Publishing, London
Salaampublishing@gmail.com   www.salaampublishing.com

akatabo kasooka kufulumizibwa mu Great Britain 2015

Salaam Publishing London
Salaampublishing@gmail.com   www.salaampublishing.com

For/Kya Salim, Karim & Nafisa
M. U.

For/Kya Harrison Simmonds
S.L.G.

Our heartfelt appreciation to/ Okusiima kwaffe kugenda eri
Cecilia Greene

Special thanks to/N'okwebaza okwensusso eri
Samad, Fajr, Safia, Asghar, Sami, Lailuma & Irfan Ullah

Once upon a time there was a boy and his name was Samad.

Samad's dream was to spend a whole day in the forest, meet the animals and sleep in the treehouse.

One beautiful day, after the animals met and heard how Samad loved them, they agreed to his visit and Samad started his adventure into the forest.

First he met three birds. They started singing and circling over him. Soon they sang for him

We are very happy
  The sun is rising
    The wind is blowing
      Samad is visiting

When they finished singing, Samad and the birds set off into the forest.

Edda ennyo waliwo omulenzi erinnya lye ye Samad.

Samad yalina ekirooto ky'okusiiba mu kibira olunaku lulamba asisinkane ensolo n'oluvannyuma y'ebake mu kayumba akali ku muti.

Olunaku lw'akya lumu ng'obudde bulungi, ensolo zasisinkana n'ezisalawo Samad azikyalireko oluvannyuma lw'okukimanya nti yali ayagala nnyo ebisolo.

Bwatyo samad yatandiika olugendo lwe olw'okulambula ekibira.

Yasooka kusisinkana ebinyonyi bisatu. Byatandika okumunyimbira ng'abwebimwetoloola. Mu bwangu ddala byonna byayimbira wamu nti.

Tuli basanyufu nnyo
    Enjuba eri mukuvaayo
        Empewo nayo efuuwa
            Samad agenda kukyala

Bwebyamaliriza okuyimba, Samad n'ebinyonyi n'ebayingira ekibira.

And then Samad met three dancing antelopes. They were excited to see him.

"Why are you dancing?" Samad asked.

"We are dancing because we are happy. We are happy because the sun is shining, the rain will soon fall and the grass is growing," one of the antelopes answered.

"So Samad join us and let's dance."

When they finished dancing Samad, the birds and antelopes continued to walk in the forest.

Ab'atambula n'asanga entugga ssatu ng'azizina amazina kuba zaali nsanyuffu nnyo okumulaba.

"Lwaki muzina?" Samad n'azibuuza.

"Tuzina kubanga tuli basanyufu."

"Tuli basanyufu kubanga enjuba eyaka, enkuba ejja kutonnya mubwangu awo omuddo gukule," emu ku ntugga n'emwanukula.

"Kale Samad twegatteko tuzine."

Bw'ezamala okuzina, Samad, ebinyonyi ne ntugga n'ebeyongerayo mu kibira.

Then he saw a monkey on a tree.

"Hey Samad, come and play with me.

Swinging from one branch to another is fun."

"But I don't know how to swing on trees."

"Don't worry, I'll teach you."

"No! You come down and play with me," Samad said.

"Okay."

The monkey came down from the tree. They were joined by a baboon.

Awo nno Samad n'alengera enkima ku muti.

"Owaye Samad, jjangu tuzannye, okwewuuba ku matabi ge miti kinyuuma nnyo."

"Naye simanyi kw'ewuubira ku miti."

"Tofaayo, nj'akuyigiriza."

"Nedda, ggwe vvaayo waggulu ku muti ojje wansi tuzannye," Samad n'ayita enkima.

"Kale," enkima n'ekiriza.

Enkima yakka wansi, n'ebegattibwako ekisodde.

"What's the baboon doing?" Samad asked the monkey.

"He's eating the sun just like you human beings do."

"How?" a surprised Samad asked.

"You see, plants need sunlight to grow and to produce leaves; you eat plants and leaves. Animals like rabbits and cows eat these plants and you eat these animals so you human beings eat sunshine."

"I see."

"Let's enjoy the sun before the rains come."

Samad, the birds, monkey, the antelopes and baboon then decided to lie on the grass and enjoy the sun.

"Ate kino ekisodde kikolaki?" Samad n'abuuza.

"Ali mukwota musana nga mwe abantu bw'emukola."

"Kitya?" Samad n'abuuza mukwewuunya.

"Olaba, ebimera byetaaga omusana okusobola okukula obulungi n'okumera ebikoola. Mmwe mulya ebimera n'ebikoola. Ensolo nga obumyu n'ente birya ebimera bino. Ate mwe n'emulya ebisolo ebyo, kw'egamba abantu nammwe mulya omusana.

"Nkutegedde."

"Leka tunyumirwe akasana ng'enkuba tenatonnya."

Samad, ebinyonyi, enkima, entugga ne kisodde by'asalawo kwebakako ku muddo nga w'ebinyumirwa okwota akasana.

"We are all alive because the sun is up there.
Animals like the sun you know," the baboon explained.
"Cold-blooded animals need a lot of sun."

"How lucky we are to enjoy the sun and see the
rainbow," the monkey said.

"Ffenna tuli balamu kubanga enjuba eri waggulu.

Omanyi ebisolo by'agala nnyo omusana," ekisodde
n'ekibanyonyola. "Ebisolo ebibeera mu bunyogovu
by'etaaga omusana ogw'amaanyi."

"Nga tuli ba mukisa okunyumirwa akasana nga
bw'etulaba ne musoke," ekima n'eyogera.

The clouds thickened.
There were flashes of lightning and a rumble of thunder.
Then it began to rain. Samad and his companions played in the rain.

After the rain, Samad and his companions continued
the journey in the forest.

Ebire by'enkuba by'eyongera okukwata.
Ebimyanso by'eggulu by'atandika okumyansa n'eggulu ne libwatuka.

Awo enkuba n'etandika okutonnya. Samad ne mikwano gye n'ebazannyira mu nkuba.

Oluvanyuma lw'enkuba okutonnya, Samad ne banne
b'eyongerayo ku lugendo lw'abwe mu kibira.

In a stream nearby, an elephant sprayed water onto Samad saying.

"Playing with water is always fun."

Samad and his companions crossed the stream and walked toward a big river.

Waliwo akagga akaali akumpi, enjovu n'esamulira Samad amazzi ku mutwe ng'abwegamba nti.

"Okuzannyisa amazzi kunnyuma nnyo."

Samad ne banne baasomoka akagga n'ebagenda okutuuka awaali omugga omunene.

"Look! The crocodile is about to eat her baby," Samad shouted.

"No! That's the safest way we carry our little ones," the crocodile explained.

"Go on, play with Samad," the mummy crocodile said and released the baby crocodile.

Samad and the baby crocodile played hide and seek on the bank of the river.

"Laba! Goonya enetera okulya omwana gw'ayo," Samad n'awoggana.

"Nedda! eno y'engeri esinga okuba ennungi gy'etukwatamu abaana baffe," Goonya n'emunyonnyola.

"Genda ozannye ne Samad," maama wa ka goonya akato n'akaleka kagende ewa Samad.

Samad ne ka Goonya akato n'ebizannya tteppo (jjangu onkwekule) ku lubalama lw'omugga.

And then, Samad dived into the river
and swam with some colourful fish.

They sang a song:

We're very happy
  The rain has fallen
    The river is flowing
      The sun is shining
        Samad is swimming

"How am I going to cross this wide river?"
Samad asked.

Oluvanyuma, Samad y'ebbika mu mugga
era nawuga n'ekyenyanja ekirabika obulungi.

Baayimba oluyimba:

Tuli basanyuffu nnyo
  enkuba etonnye
    Omugga gujjudde
      Enjuba eyaka
        Samad ali mu kuwuga

"Ngenda kusomoka ntya guno omugga omugazi
bw'eguti?" Samad n'abuuza.

"The horse of the river will take you across," a fish answered.

"What's that?"

"What you human beings call hippo."

Samad crossed the river on the hippo escorted by colourful fish.

"Embalaasi yo ku mugga ejja kusomosa," Ekyenyaja n'ekiddamu." Kiki ekyo?"

"Mw'abantu gy'emuyita envubu."

Samad y'asomoka omugga, ng'atudde ku nvubu n'awerekerwako eby'enyanja ebirina amabala amalungi.

"Catch me if you can," Samad heard from the bushes.

Soon a cheetah ran past him at full speed.

"Let's see who will get to the treehouse first. Come on Samad, running is fun."

"But I cannot compete with the fastest animal in the world," Samad said.

"Nkwata oba osobola," Samad yawulira eddobboozi okuva mu nsiko.

Amangu ddala "cheetah" n'emuyitako emisinde.

"Leka tulabe ani anasooka ku nnyumba y'okumuti. Jjangu naawe Samad, Okudduka kunyuma."

"Naye sisobola kuvunganya n'ansolo esinga kudduka emisinde mu nsi yonna," Samad n'agigamba.

"So this is what a big cat feels like," Samad said touching the leopard.

"So this is what Samad looks like," the leopard replied looking at Samad.

"Go and pay homage to the king of the forest. The lion is waiting for you."

"Ohoo, kappa enenne bw'eti bw'ebeera," Samad n'ayogera ng'abwakata ku ngo.

"Ohoo Samad bw'ati bw'afaanana," engo n'eddamu ng'etunulidde Samad.

"Genda okyalireko ku kabaka w'ekibira. Empologoma ekulinze."

"Welcome to the forest," the lion said after a roar.

Samad ran and hugged the lion.

"We are all happy that you are visiting us."

"The treehouse is ready for you. Go and have fun in it."

"Weebale kujja mu kibira," empologama n'eyogera.

Samad n'adduka n'agigwa mu kifuba.

"Ffena tuli b'asanyuffu nti otukyaliddeko."

"Ennyumba y'okumuti ekulinze. Genda munda w'eyagale."

The baboon and the monkey helped Samad climb the tree.

"Wow, my other dream is about to come true," he said as he entered the treehouse.

Ekisodde n'enkima by'ayambako Samad okulinya omuti.

"Wooo...... ekirooto kyange ekirala kinatera okutuukirira," n'ayogera nga bw'ayingira mu nnyumba y'oku muti.

Samad asked a bat how they could see in total darkness.

"We use our ears more than our eyes," a big bat explained. "Close your eyes Samad."

Samad closed his eyes.

"Where am I; to your left or right?"

"To my right."

"Correct," the bat said and flew over.

"And now?"

"To my left."

"Correct. You see, we don't really need eyes. We use ears."

Samad n'abuuza akawundo engeri gy'ebulabamu mu nzikiza.

"Tukozesa matu gaffe okusinga amaaso gaffe," akawundo akanene n'ekanyonyola. "Zibiriza amaaso go Samad."

Samad y'azibiriza amaaso ge

"Ndiruddawa, ku mukono gwo,
ogwa kkono oba gwa ddyo?"

"Ku gw'addyo."

"Kituufu," akawundo n'ekogera nga bw'ekabuuka.

"Ate kati?"

"Ku Ludda olwa kkono."

"Kituufu. Olabye, tetw'etaaga maaso, tukozesa matu."

And then the monkey came into the treehouse.

"Look at the sky Samad. Millions of stars on the horizon
and they all live in harmony."

"Good night," the monkey said and left.
Soon Samad fell asleep.

Awo ino enkima n'eyingira mu nnyumba yo ku muti.

"Tunuulira eggulu Samad. obukadde n'obukadde bwe munyenye
bw'etimbye waggulu ate zonna zibeera mu ssanyu.

"Sula bulungi," enkima n'emugamba era n'egenda .

Amangu ddala Samad n'eyebaka.

The next day, when Samad was ready to leave the forest the animals gathered and sang:

We're very happy
  The sun is rising
    The grass is growing
      The cloud is forming

The river is flowing
  The wind is blowing
    But we're very sad
      Samad is leaving
        Bye Samad!

Olunaku olw'addako, yali yetegese okuva mukibira addeyo n'olwekyo ensolo z'akungana ne zimuyimbira:

Tuli basanyufu nnyo
  Enjuba evaayo
    Omuddo gukula
      Ekire kiri mu ku kwata

Omugga gukulukuta
  Empewo efuuwa
    Naye tuli b'ennyamivu
      Samad atulekawo,
        Weeraba Samad!

CPSIA information can be obtained
at www.ICGtesting.com
Printed in the USA
BVHW051028080419
544915BV00019B/1918/P